AF206782

Impressum
Verlag: BABADADA GmbH, Nedderfeld 112 , 22529 Hamburg
Geschäftsführer / Verlagsleitung: Harald Hof
Druck: Books on Demand GmbH, In de Tarpen 42, 22848 Norderstedt

Imprint
Publisher: BABADADA GmbH, Nedderfeld 112 , 22529 Hamburg, Germany
Managing Director / Publishing direction: Harald Hof
Print: Books on Demand GmbH, In de Tarpen 42, 22848 Norderstedt

skola
shule

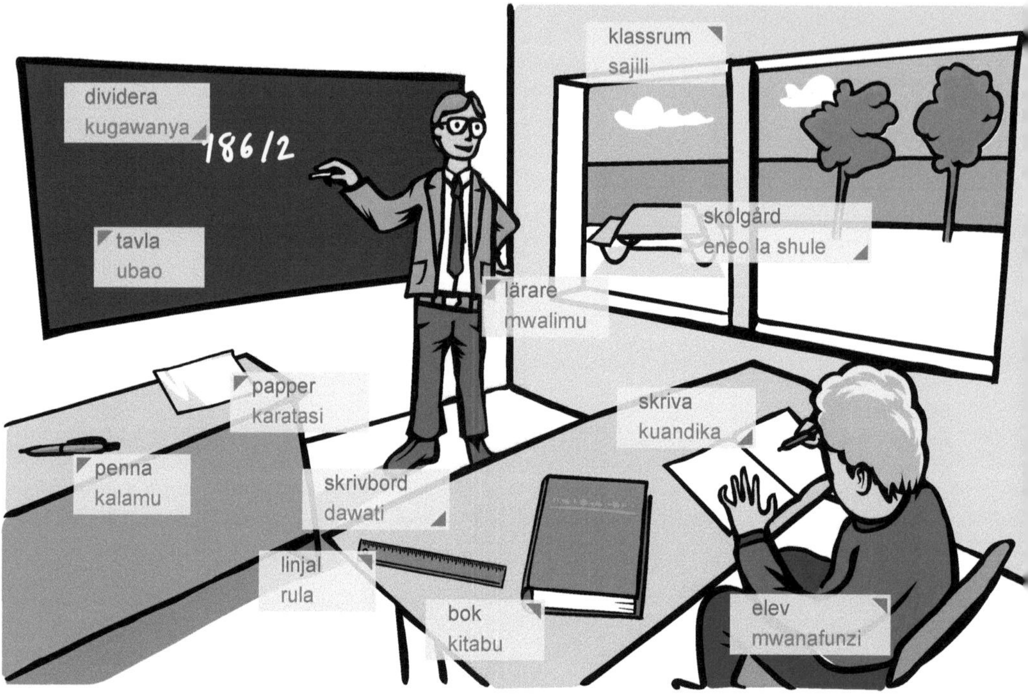

klassrum
sajili
dividera
kugawanya
186/2
tavla
ubao
skolgård
eneo la shule
lärare
mwalimu
papper
karatasi
skriva
kuandika
penna
kalamu
skrivbord
dawati
linjal
rula
bok
kitabu
elev
mwanafunzi

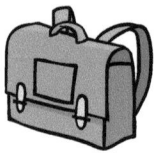

skolväska

mkoba

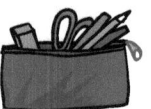

pennfodral

kikasha cha penseli

blyertspenna

penseli

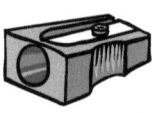

pennvässare

kichonga penseli

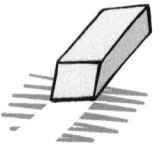

suddgummi

mpira

ritblock

pedi ya kuchora

teckning

uchoraji

pensel

brashi ya rangi

målarlåda

sanduku la rangi

sax

mkasi

lim

gundi

övningsbok

daftari

hemläxa

kazi ya nyumbani

12

tal

nambari

2+2

addera

jumlisha

5-2

subtrahera

ondoa

2×2

multiplicera

zidisha

räkna

kokotoa

A

bokstav

barua

ABCDEFG
HIJKLMN
OPQRSTU
VWXYZ

alfabet

alfabeti

ord

neno

text

maandishi

läsa

kusoma

krita

chaki

lektion

somo

register

sajili

prov

uchunguzi

intyg

cheti

skoluniform

sare za shule

utbildning

elimu

uppslagsverk

elezo

universitet

chuo kikuu

mikroskop

darubini

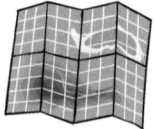

karta

ramani

papperskorg

kikapu cha kuweka karatasi chafu

hotell
hoteli

vandrarhem
hosteli

växelkontor
ofisi ya ubadilishanaji

resväska
sanduku

bil
gari

språk

ja / nej

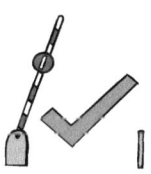

Okay

lugha

ndiyo / la

sawa

hej

hujambo

översättare

mtafsiri

Tack

Asante

hur mycket kostar…?

kiasi gani ni …?

jag förstår inte

Sielewi

problem

tatizo

God kväll!

Jioni njema!

God morgon!

Habari za asubuhi!

God natt!

Usiku mwema!

hejdå

kwa heri

riktning

mwelekeo

bagage

mizigo

väska

mfuko

ryggsäck

shanta

gäst

mgeni

rum

chumba

sovsäck

begi la kulalia

tält

hema

turistinformation	strand	kreditkort
taarifa ya utalii	ufuo	kadi

frukost	lunch	middag
kifunguakinywa	chakula cha mchana	chakula cha jioni

biljett	hiss	frimärke
tiketi	kuinua	muhuri

gräns	tull	ambassad
mpaka	mila	ubalozi

visum	pass	
visa	pasipoti	

transport
usafiri

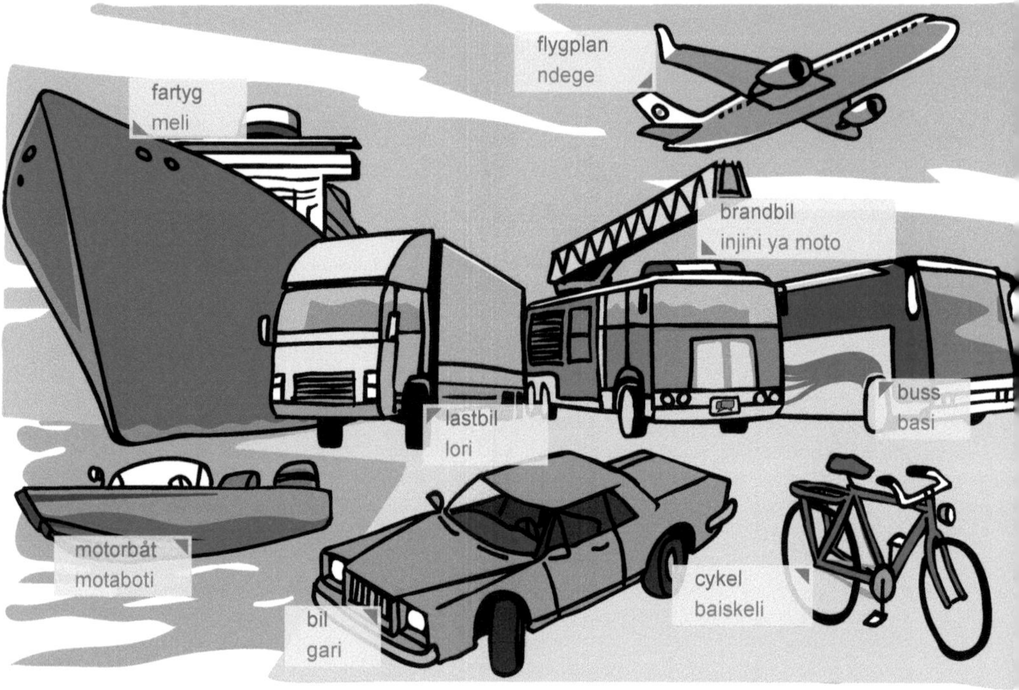

fartyg
meli
flygplan
ndege
brandbil
injini ya moto
lastbil
lori
buss
basi
motorbåt
motaboti
bil
gari
cykel
baiskeli

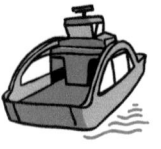

färja

feri

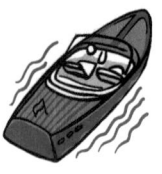

båt

mashua

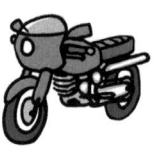

motorcykel

pikipiki

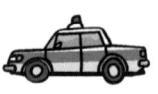

polisbil

gari la polisi

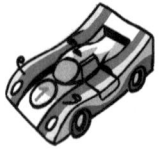

racerbil

gari la mashindano

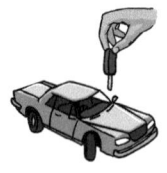

hyrbil

gari la kukodisha

bilpool

kushiriki gari

bärgningsbil

lori la kuvuta

sopbil

ukusanyaji taka

motor

motor

bränsle

mafuta

bensinstation

kituo cha mafuta

vägmärke

ishara trafiki

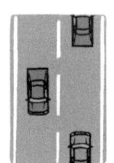

trafik

trafiki

bilkö

msongamano

parkeringsplats

maegesho

tågstation

kituo cha treni

räls

reli

tåg

garimoshi

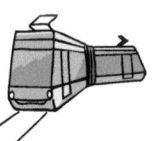

spårvagn

tremu

vagn

gari la mizigo

helikopter

helikopta

flygplats

uwanja wa ndege

torn

mnara

passagerare

abiria

container

chombo

kartong

katoni

vagn

mkokoteni

korg

kikapu

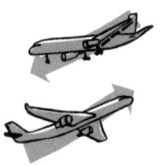

starta / landa

ondoka

stad

jiji

by

kijiji

centrum

katikati ya jiji

hus

nyumba

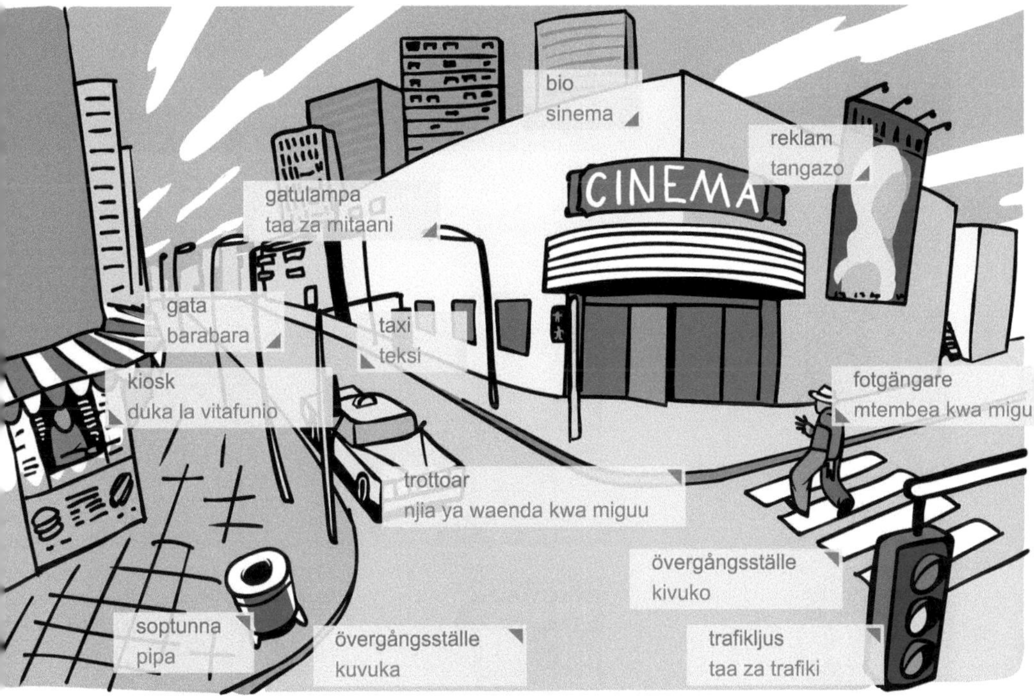

bio
sinema

reklam
tangazo

gatulampa
taa za mitaani

CINEMA

gata
barabara

taxi
teksi

kiosk
duka la vitafunio

fotgängare
mtembea kwa migu

trottoar
njia ya waenda kwa miguu

övergångsställe
kivuko

soptunna
pipa

övergångsställe
kuvuka

trafikljus
taa za trafiki

stuga

kibanda

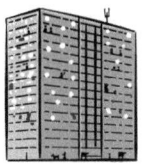

lägenhet

gorofa

tågstation

kituo cha treni

stadshus

ukumbi wa mji

museum

Makavazi

skola

shule

universitet

chuo kikuu

bank

benki

sjukhus

hospitali

hotell

hoteli

apotek

duka la dawa

kontor

ofisi

bokhandel

duka la kitabu

affär

duka

blomsterbutik

duka la maua

stormarknad

dukakuu

marknad

soko

varuhus

idara ya kuhifadhi

fiskhandlare

mwuza samaki

köpcentrum

kituo cha ununuzi

hamn

bandari

park

Hifadhi

bänk

benki

brygga

daraja

trappa

vidato

tunnelbana

chini ya ardhi

tunnel

handaki

busshållplats

kituo cha mabasi

bar

bar

restaurang

mgahawa

brevlåda

sanduku la posta

gatuskylt

ishara ya barabara

parkeringsautomat

mita ya maegesho

zoo

bustani ya wanyama

simbassäng

kidimbwi cha kuogelea

moské

msikiti

bondgård
shamba

förorening
uchafuzi

kyrkogård
makaburini

kyrka
kanisa

lekplats
uwanja wa michezo

tempel
hekalu

landskap
mazingira

löv
jani

vägskylt
ishara ya mwelekeo

väg
njia

äng
malisho

sten
jiwe

liftare
mtembeaji wa masafa

träd
mti

flod
mto

gräs
nyasi

blomma
ua

dal

bonde

kulle

kilima

sjö

ziwa

skog

msitu

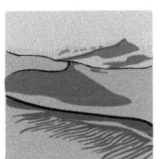

öken

jangwa

vulkan

volkano

slott

ngome

regnbåge

upinde wa mvua

svamp

uyoga

palm

mtende

mygga

mbu

fluga

kuruka

myra

chungu

bi

nyuki

spindel

buibui

skalbagge

mende

groda

chura

ekorre

kuchakuro

igelkott

nungunungu

hare

sungura

uggla

bundi

fågel

ndege

svan

swan

vildsvin

nguruwe mwitu

rådjur

kulungu

älg

aina ya kongoni

damm

bwawa

vindkraftverk

tabo ya upepo

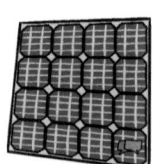

solcellspanel

nishaji ya jua

klimat

hali ya hewa

restaurang
mgahawa

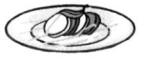

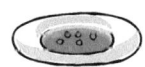

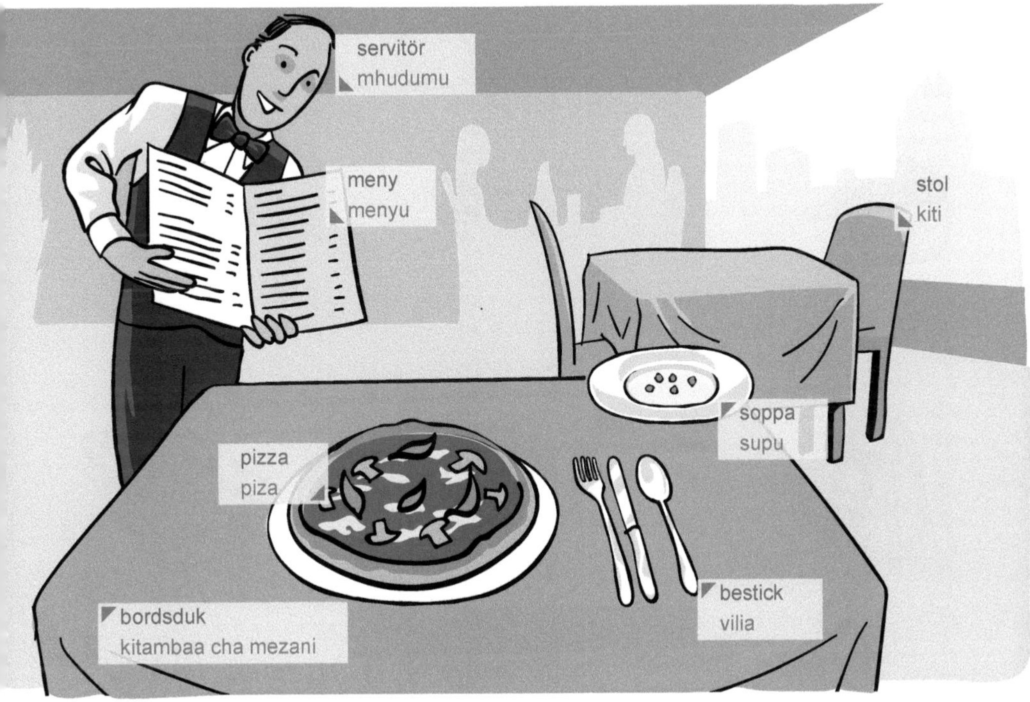
servitör
mhudumu
meny
menyu
stol
kiti
soppa
supu
pizza
piza
bestick
vilia
bordsduk
kitambaa cha mezani

förrätt

kiamsha hamu

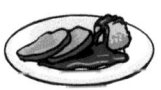

huvudrätt

kozi kuu

dessert

kitindamlo

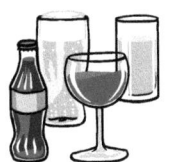

drycker

vinywaji

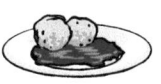

mat

chakula

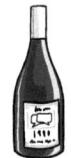

flaska

chupa

snabbmat

chakula cha haraka

street food

Streetfood

tekanna

buli

sockerskål

kisanduku cha sukari

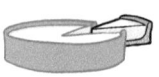

portion

sehemu

espressomaskin

mashine ya espresso

barnstol

kiti kirefu

räkning

muswada

bricka

trei

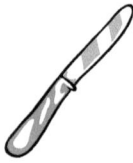

kniv

kisu

gaffel

uma

sked

kijiko

tesked

kijiko cha chai

servett

nepi

glas

glasi

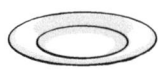

tallrik

sahani

sopptallrik

sahani ya supu

tefat

sufuria

sås

mchuzi

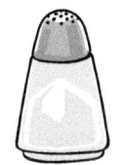

saltkar

kichanyaji chumvi

pepparkvarn

kinu cha pilipili

vinäger

siki

olja

mafuta

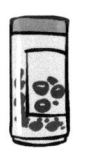

kryddor

viungo

ketchup

kechapu

senap

haradali

majonnäs

kachumbari nzito

stormarknad

dukakuu

specialerbjudande
ofa maalum
FOR
kund
mteja
mejeriprodukter
maziwa
frukt
matunda
varukorg
toroli

BUTCHERS

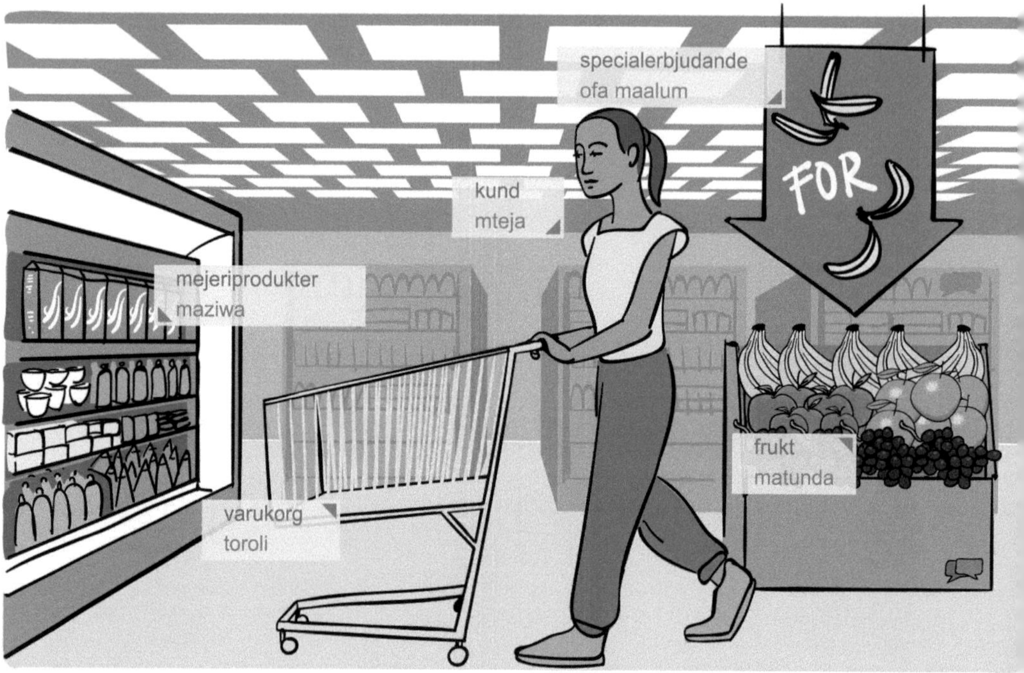

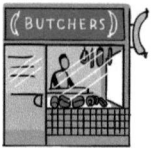

charkuteri

mchinjaji

BAKERY

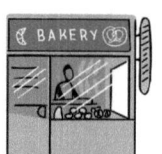

bageri

mwokaji

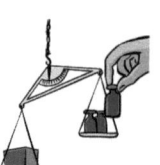

väga

uzito

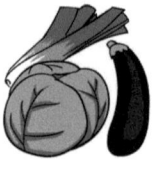

grönsaker

mboga

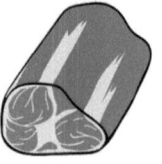

kött

nyama

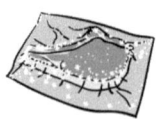

frysta livsmedel

chakula waliohifadhiwa

pålägg

vipande vya nyama baridi

konserver

chakula cha kopo

tvättmedel

sabuni ya unga

godis

pipi

hushållsprodukter

bidhaa za kaya

rengöringsmedel

bidhaa za kusafisha

försäljare

mtu mauzo

kassa

mpaka

kassör

keshia

inköpslista

orodha ya manunuzi

öppettider

masaa ya ufunguzi

plånbok

mkoba

kreditkort

kadi

väska

mfuko

plastpåse

mfuko wa plastiki

vatten

maji

juice

sharubati

mjölk

maziwa

cola

coke

vin

mvinyo

öl

bia

alkohol

pombe

kakao

kakao

te

chai

kaffe

kahawa

espresso

spreso

cappuccino

kapuchino

banan
ndizi

äpple
tufaha

apelsin
machungwa

melon
tikiti

citron
lemon

morot
karoti

vitlök
kitunguu saumu

bambu
mianzi

lök
kitunguu

svamp
uyoga

nötter
karanga

nudlar
nudo

spaghetti

spageti

ris

mpunga

sallad

saladi

pommes frites

vibanzi

stekt potatis

viazi vya kukaanga

pizza

piza

hamburgare

hambaga

smörgås

sandwichi

schnitzel

kipande

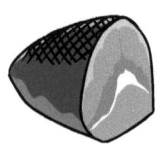

skinka

paja la mnyama

salami

salami

korv

soseji

kyckling

kuku

stek

choma

fisk

samaki

havregryn
oats ya uji

müsli
muesli

cornflakes
cornflakes

mjöl
unga

croissant
kroisanti

fralla
andazi

bröd
mkate

rostat bröd
mkate wa kubanika

kex
biskuti

smör
siagi

kvarg
maziwa mgando

kaka
keki

ägg
yai

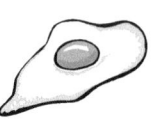

stekt ägg
yai kukaanga

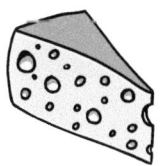

ost
jibini

glass

aiskrimu

socker

sukari

honung

asali

sylt

jemu

nougatkräm

kuenea kwa chokoleti

curry

mchuzi wa viungo

bondgård
shamba

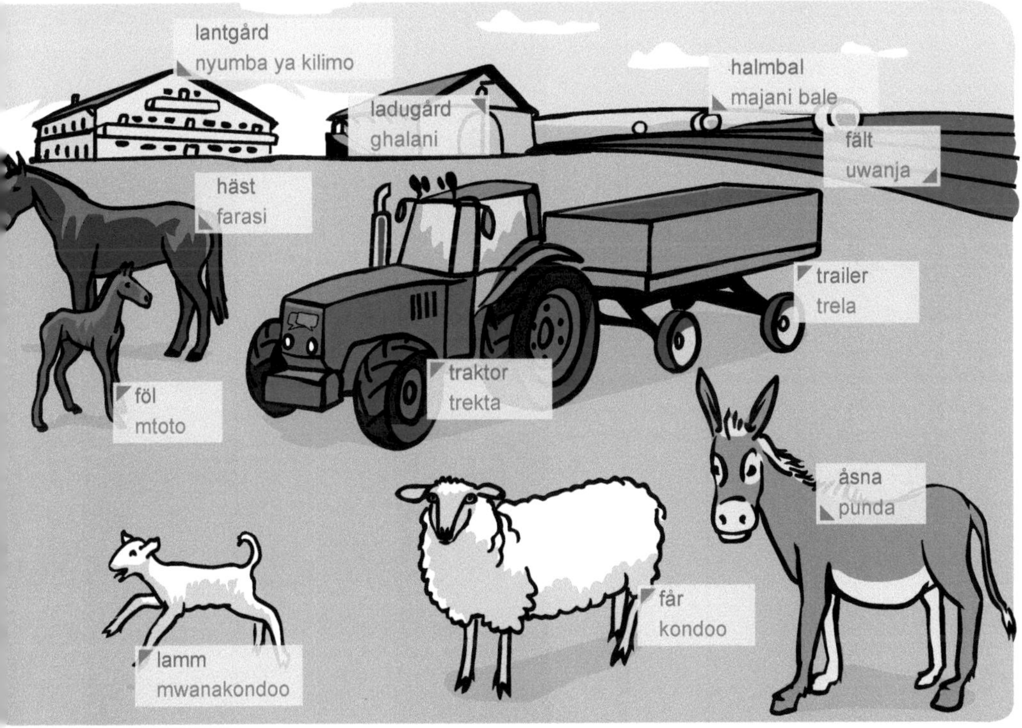
lantgård
nyumba ya kilimo
ladugård
ghalani
halmbal
majani bale
fält
uwanja
häst
farasi
trailer
trela
traktor
trekta
föl
mtoto
åsna
punda
får
kondoo
lamm
mwanakondoo

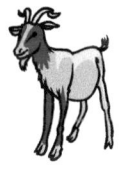

get
mbuzi

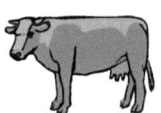

ko
ng'ombe

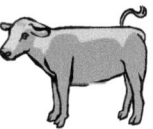

kalv
ndama

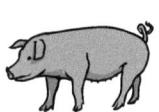

gris
nguruwe

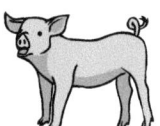

griskulting
mwananguruwe

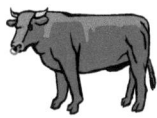

tjur
fahali

gås

batabukini

anka

bata

kyckling

kifaranga

höna

kuku

tupp

jogoo

råtta

panya

katt

paka

mus

panya

oxe

ng'ombe

hund

mbwa

hundkoja

nyumba ya mbwa

trädgårdsslang

bomba la bustani

vattenkanna

debe la kumwagilia maji

lie

fyekeo

plog

kulima

skära
mundu

hacka
jembe

högaffel
uma wa nyasi

yxa
shoka

skottkärra
toroli

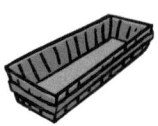

tråg
kupitia nyimbo

mjölkflaska
chombo cha maziwa

säck
gunia

staket
ua

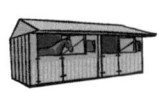

stall
imara

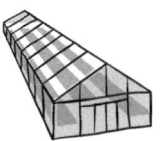

växthus
chafu

jord
udongo

säd
mbegu

gödsel
mbolea

skördetröska
kivunaji

skörda
mavuno

skörd
mavuno

jams
viazi vikuu

vete
ngano

soja
soya

potatis
viazi

majs
mahindi

raps
rapa

frukträd
mti wa matunda

maniok
muhogo

spannmål
nafaka

hus

nyumba

skorsten
chimni
tak
paa
stuprör
bomba la maji ya mvua
fönster
dirisha
garage
gareji
dörrklocka
kengele ya mlangoni
dörr
mlango
soptunna
pipa la taka
brevlåda
sanduku la barua
trädgård
bustani

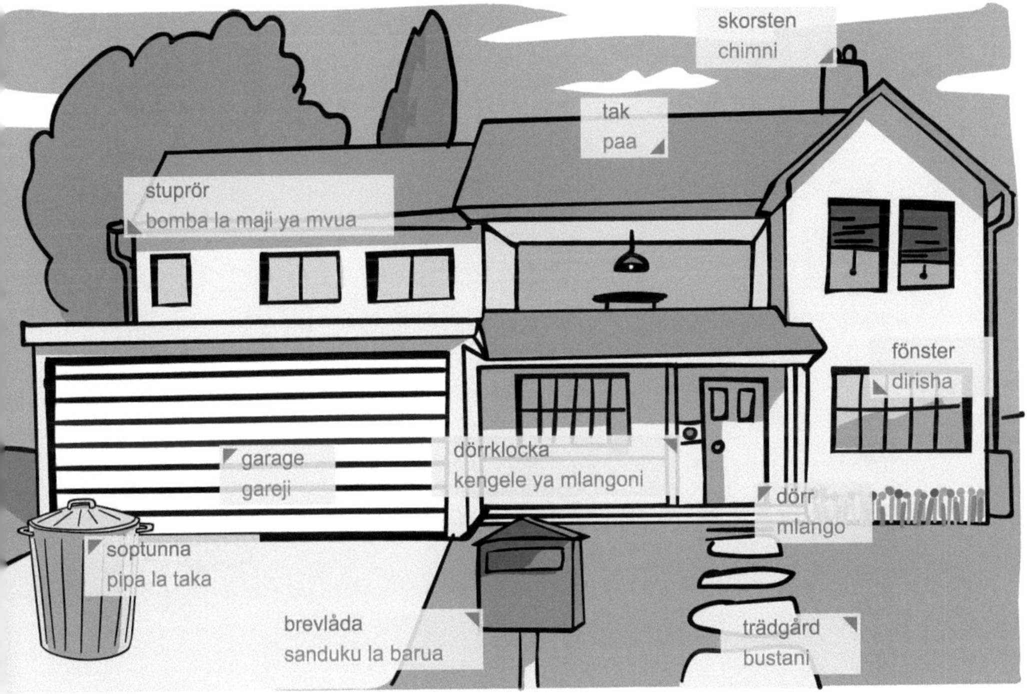

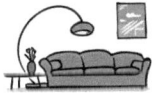

vardagsrum

sebuleni

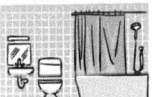

badrum

bafu

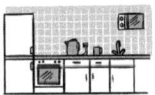

kök

jikoni

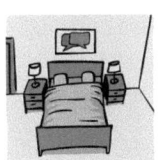

sovrum

chumba cha kulala

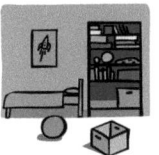

barnrum

chumba ya mtoto

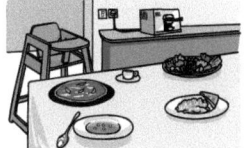

matsal

chumba cha kulia

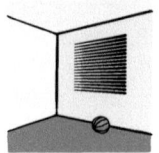

golv

sakafu

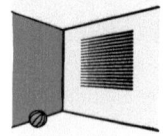

vägg

ukuta

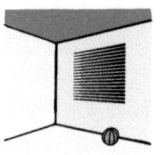

tak

dari

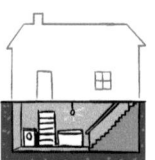

källare

pishi

bastu

sauna

balkong

roshani

terrass

mtaro

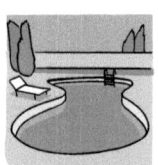

bassäng

kidimbwi

gräsklippare

mashine ya kukata nyasi

lakan

karatasi

överkast

kitambaa cha kupamba
kitanda

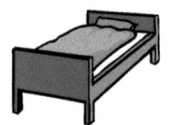

säng

kitanda

kvast

ufagio

hink

ndoo

strömbrytare

kubadili

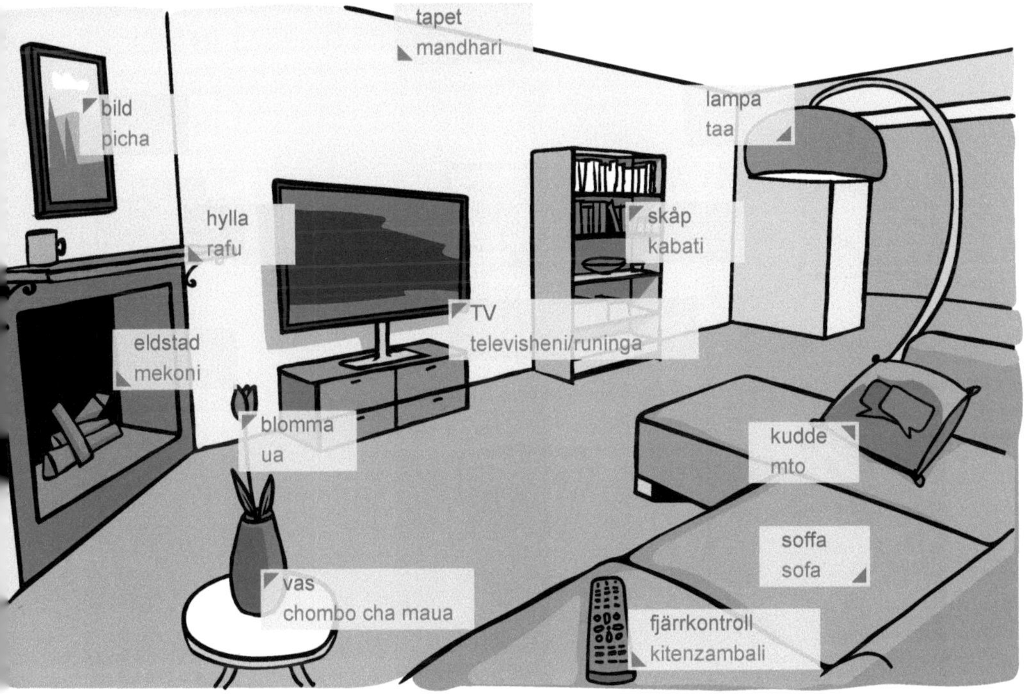

tapet
mandhari

bild
picha

lampa
taa

hylla
rafu

skåp
kabati

eldstad
mekoni

TV
televisheni/runinga

blomma
ua

kudde
mto

vas
chombo cha maua

soffa
sofa

fjärrkontroll
kitenzambali

matta

zulia

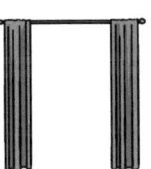

gardin

pazia

bord

meza

stol

kiti

gungstol

kiti cha bembea

fåtölj

armchair

bok

kitabu

filt

blanketi

dekoration

mapambo

vedträ

kuni

film

filamu

stereoanläggning

kifaa cha hi-fi

nyckel

ufunguo

dagstidning

gazeti

målning

uchoraji

poster

bango

radio

redio

anteckningsbok

daftari

dammsugare

kifyonza

kaktus

dungusi kakati

stearinljus

mshumaa

kök
jikoni

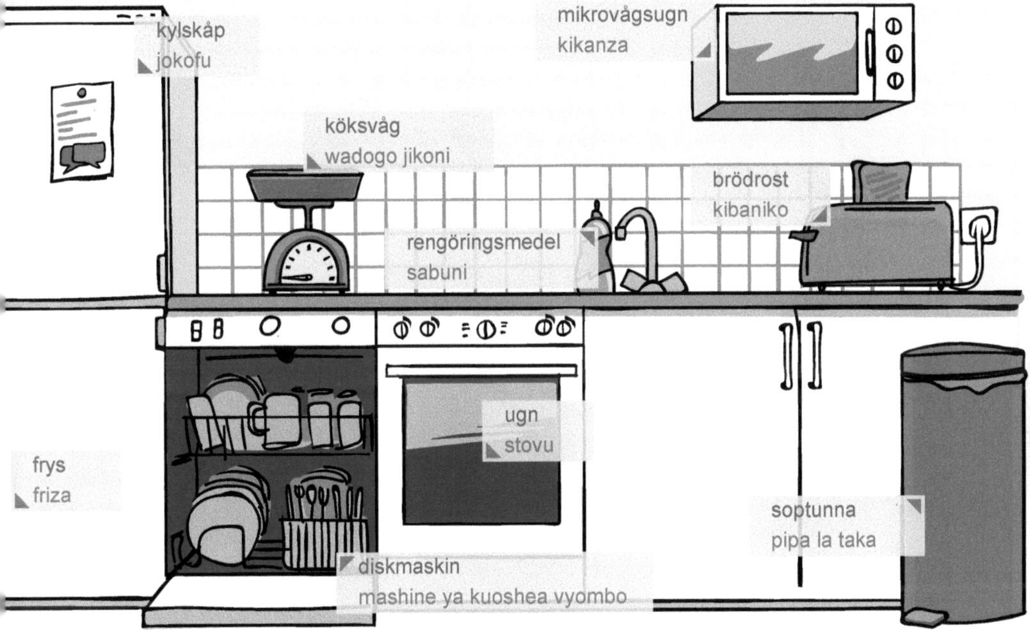
kylskåp
jokofu
mikrovågsugn
kikanza
köksvåg
wadogo jikoni
brödrost
kibaniko
rengöringsmedel
sabuni
ugn
stovu
frys
friza
soptunna
pipa la taka
diskmaskin
mashine ya kuoshea vyombo

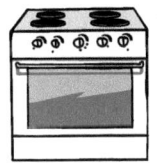

spis
jiko la kupika

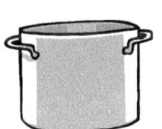

kastrull
chungu

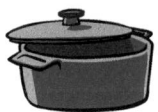

järngryta
sufuria ya chuma

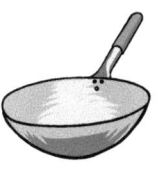

wok / kadai
wok / kadai

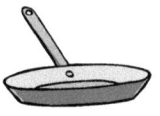

stekpanna
kaango

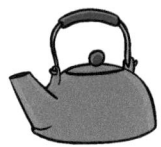

vattenkokare
birika

ångkokare

stima

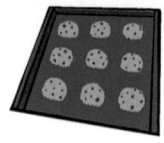

bakplåt

sinia ya kuoka

porslin

vyombo vya udongo

mugg

kombe

skål

bakuli

ätpinnar

vijiti vya kulia

soppslev

ukawa

stekspade

mwiko mpana

visp

burashi

durkslag

kichujio

sil

chujio

rivjärn

mbuzi

mortel

chokaa

grill

barbeque

brasa

moto wazi

skärbräda

ubao wa majaribio

kavel

kijiti cha kusukuma unga

korkskruv

kizibuo

burk

kopo

burköppnare

inaweza kopo

grytlapp

kishikio cha chungu

vask

karo

borste

brashi

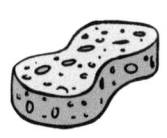

svamp

sifongo

mixer

kisagaji matunda

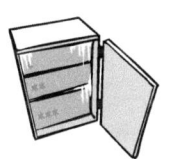

frys

friji ya kina

nappflaska

chupa ya mtoto

kran

bomba

badrum
bafu

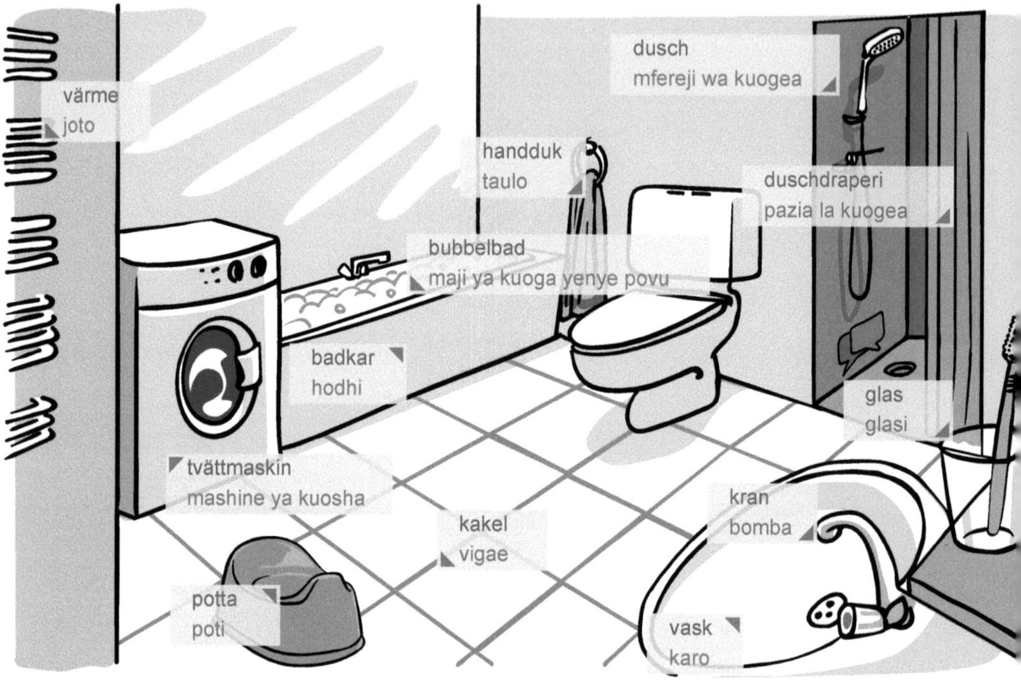

värme
joto
dusch
mfereji wa kuogea
handduk
taulo
duschdraperi
pazia la kuogea
bubbelbad
maji ya kuoga yenye povu
badkar
hodhi
glas
glasi
tvättmaskin
mashine ya kuosha
kran
bomba
kakel
vigae
potta
poti
vask
karo

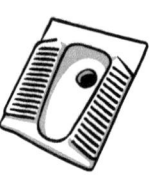

toalett
choo

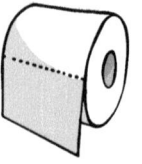

låg toalett
choo cha squat

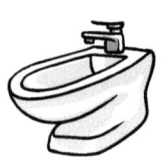

bidet
beseni la mviringo

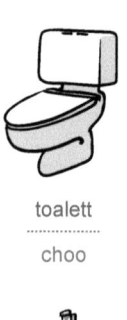

pissoar
choo cha umma

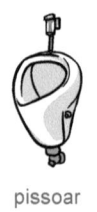

toalettpapper
shashi

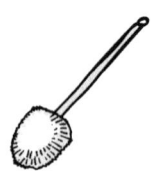

toalettborste
brashi ya choo

tandborste
mswaki

tandkräm
dawa ya meno

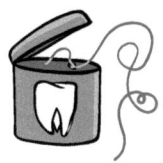

tandtråd
dawa ya meno

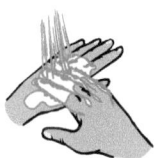

tvätta
safisha

handdusch
kuoga mkono

intimdusch
msukumo wa maji

handfat
bonde

ryggborste
mpako wa pili

tvål
sabuni

duschgel
jeli ya kuogea

schampo
shampuu

trasa
flana

avlopp
toa maji

crème
krimu

deodorant
kiondoa harufu

spegel

kioo

handspegel

kioo mkono

rakhyvel

kinyozi

raklödder

povu la kunyoa

rakvatten

baada ya kunyoa

kam

kichana

borste

brashi

hårtork

kikausha nywele

hårspray

marashi ya nyewele

smink

vipodozi

läppstift

kidomwa

nagellack

varnish ya msumari

bomullsvadd

pamba

nagelsax

mkasi wa kucha

parfym

manukato

necessär

mkoba wa kuosha

pall

kinyesi

våg

mizani

badrock

nguo ya kuoga

gummihandskar

glavu za mpira

tampong

kisodo

binda

sodo

kemisk toalett

kemikali choo

barnrum
chumba ya mtoto

väckarklocka
saa ya kengele
gosedjur
kidoli cha kupakata
leksaksbil
gari bandia
skallra
kelele
dockhus
chumba cha midoli
present
sasa

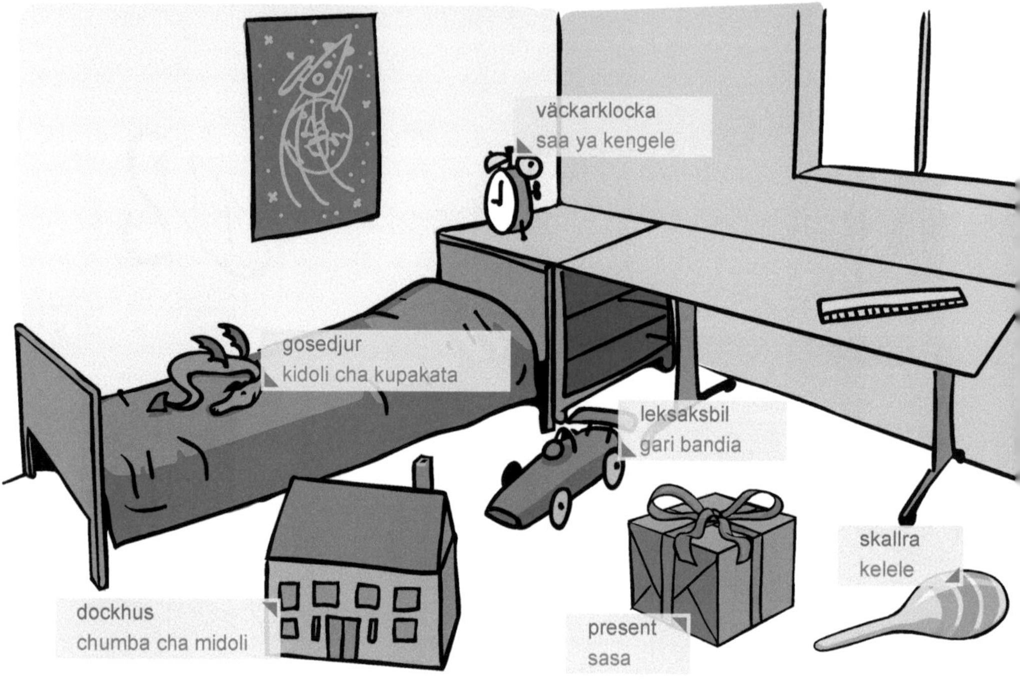

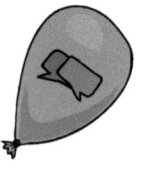

ballong

baluni

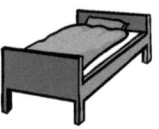

säng

kitanda

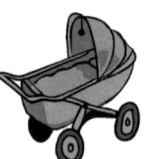

barnvagn

mashua

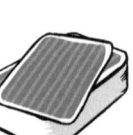

kortlek

staha ya kadi

pussel

mchezo-fumb

SUPER
MEGA

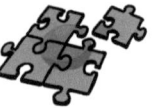

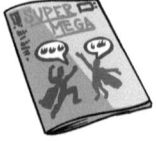

serietidning

vichekesho

legobitar

matofali lego

klossar

vitalu mwigo

actionfigur

hatua takwimu

sparkdräkt

suti ya kulalia

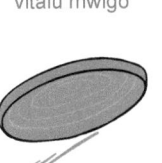

frisbee

kisahani

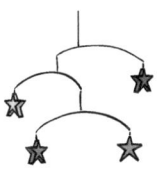

mobil

simu

brädspel

ubao wa michezo

tärning

kete

modelljärnväg

garimoshi mwigo

napp

dummy

party

chama

bilderbok

picha kitabu

boll

mpira

docka

kikaragosi

spela

kucheza

sandlåda

shimo la mchanga

gunga

bembea

leksaker

vitu bandia

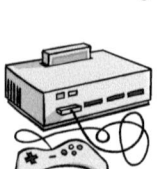

spelkonsol

kiweko cha video ya
mchezo

trehjuling

baiskeli ya magurudumu

matatu

nalle

mwanasesere

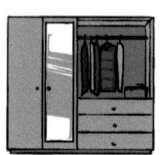

garderob

kabati

kläder

nguo

sockar

soksi

strumpor

stokingi

tights

kibano

halsduk
skafu

paraply
mwavuli

t-shirt
fulana

bälte
ukanda

stövlar
viatu

tofflor
ndara

sneakers
wakufunzi

sandaler
malapa

skor
viatu

gummistövlar
mabuti ya mpira

underbyxor
suruali ya ndani

BH
sidiria

linne
fulana

body
mwili

byxor
suruali

jeans
dangirizi

kjol
sketi

blus
blauzi

skjorta
shati

pullover
vuta

sweater
sweta

blazer
bleza

jacka
jaketi

kappa
koti

regnjacka
koti la mvua

dräkt
maleba

klänning
gauni

bröllopsklänning
mavazi ya harusi

kostym

suti

nattlinne

vazi la usiku

pyjamas

pajama

sari

sari

slöja

skafu

turban

kilemba

burka

burka

kaftan

kaftan

abaya

abaya

baddräkt

vazi la kuogelea

badbyxor

vazi la kiume la kuogelea

shorts

kaptura

träningsoverall

teitei

förkläde

aproni

handskar

glavu

knapp

kifungo

glasögon

glasi

armband

bangili

halsband

mkufu

ring

pete

örhänge

herini

mössa

kofia

galge

kiango cha koti

hatt

kofia

slips

tai

dragkedja

zipu

hjälm

kofia

hängslen

kanda za suruali

skoluniform

sare za shule

uniform

sare

haklapp
bibu

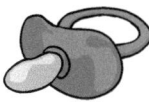

napp
dummy

blöja
nepi

kontor
ofisi

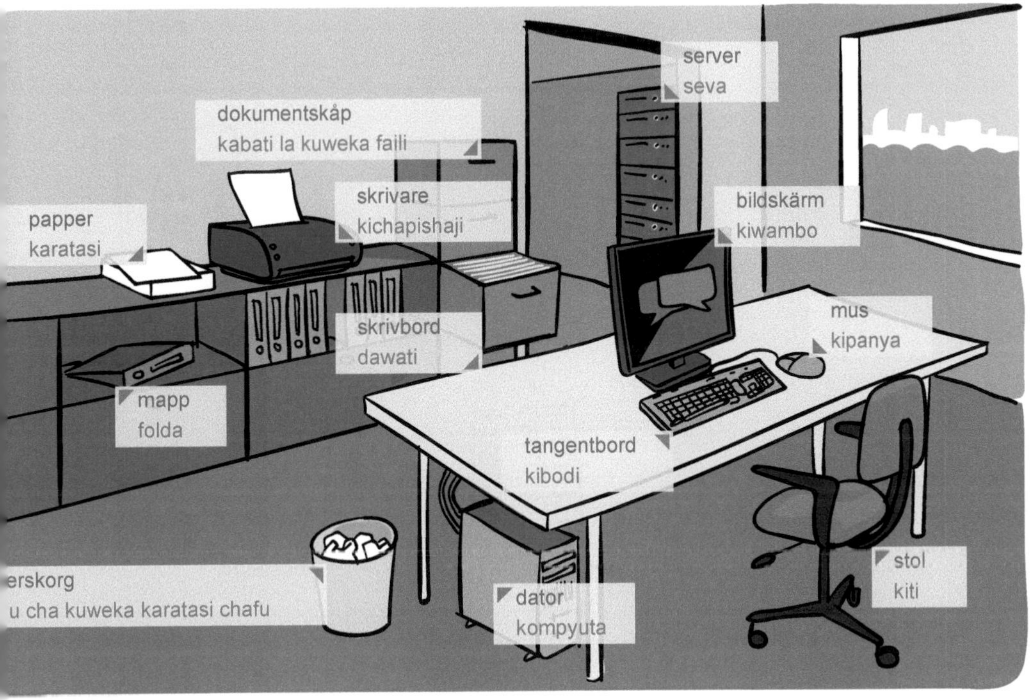

server
seva

dokumentskåp
kabati la kuweka faili

skrivare
kichapishaji

bildskärm
kiwambo

papper
karatasi

skrivbord
dawati

mus
kipanya

mapp
folda

tangentbord
kibodi

erskorg
u cha kuweka karatasi chafu

dator
kompyuta

stol
kiti

kaffemugg
kmobe la kahawa

miniräknare
kikokotoo

internet
biashara

bärbar dator

mbali

brev

barua

meddelande

ujumbe

mobiltelefon

rununu

nätverk

intaneti

kopieringsapparat

fotokopia

programvara

programu

telefon

simu

vägguttag

soketi

fax

kipepesi

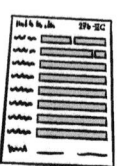

blankett

fomu

dokument

hati

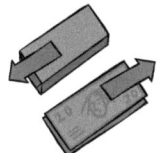

köpa
....
kununua

betala
....
kulipa

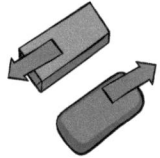

handla
....
biashara

pengar
....
fedha

USD

dollar
....
dola

EUR

euro
....
yuro

JPY

yen
....
yeni

RUB

rubel
....
rouble

CHF

schweizisk franc
....
faranga ya Uswisi

CNY

renminbi yan
....
renminbi yuan

INR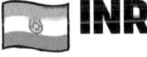

rupie
....
rupia

bankomat
....
eneo la kulipia

växelkontor

ofisi ya ubadilishanaji

guld

dhahabu

silver

fedha

olja

mafuta

energi

nishati

pris

bei

kontrakt

mkataba

skatt

kodi

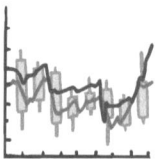

aktie

bidhaa

arbeta

kazi

anställd

mfanyakazi

arbetsgivare

mwajiri

fabrik

kiwanda

affär

duka

yrken
kazi

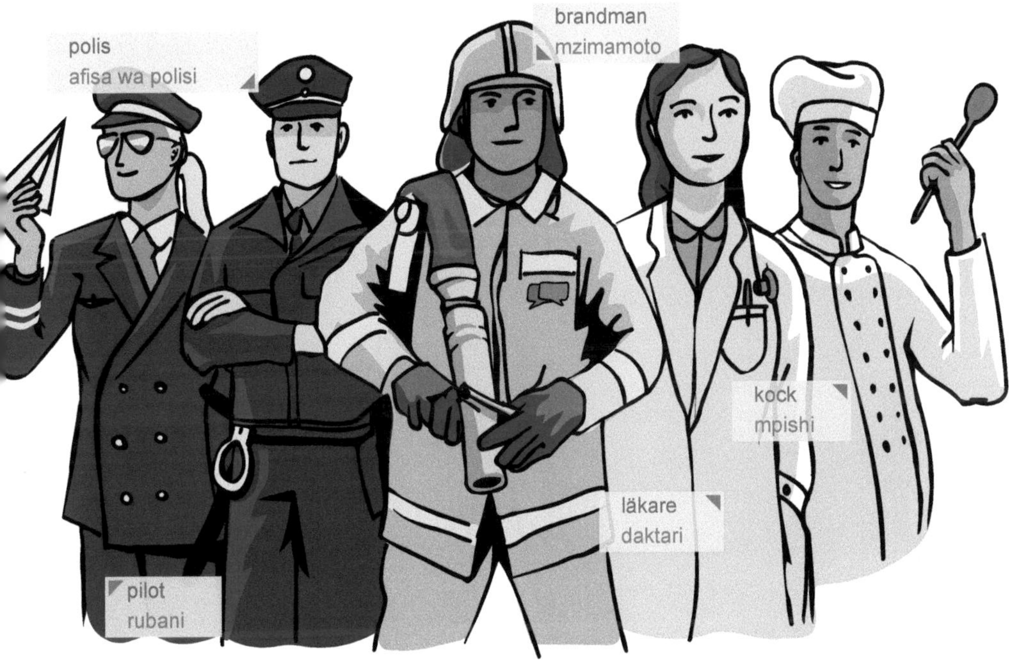
polis
afisa wa polisi
brandman
mzimamoto
kock
mpishi
läkare
daktari
pilot
rubani

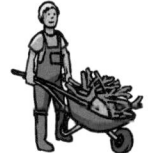

trädgårdsmästare

mtunza bustani

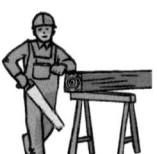

snickare

seremala

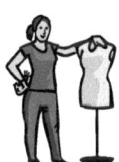

sömmerska

mshonaji

domare

hakimu

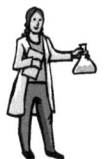

kemist

mwanakemia

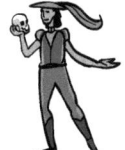

skådespelare

muigizaji

busschaufför

dereva wa basi

taxichaufför

dereva wa teksi

fiskare

mvuvi

städerska

mwanamke wa kusafisha

takläggare

mwezekaji

servitör

mhudumu

jägare

mwindaji

målare

mchoraji

bagare

mwokaji

elektriker

umeme

byggarbetare

mjenzi

ingenjör

mhandisi

slaktare

mchinjaji

rörmokare

fundi bomba

brevbärare

mwanaposta

soldat

mwanajeshi

arkitekt

msanifu majengo

kassor

keshia

florist

muuza maua

frisör

msusi

konduktör

kondakta

mekaniker

mekanika

kapten

nahodha

tandläkare

daktari wa meno

vetenskapsman

mwanasayansi

rabbin

rabbi

imam

imamu

munk

mtawa

präst

kasisi

verktyg
zana

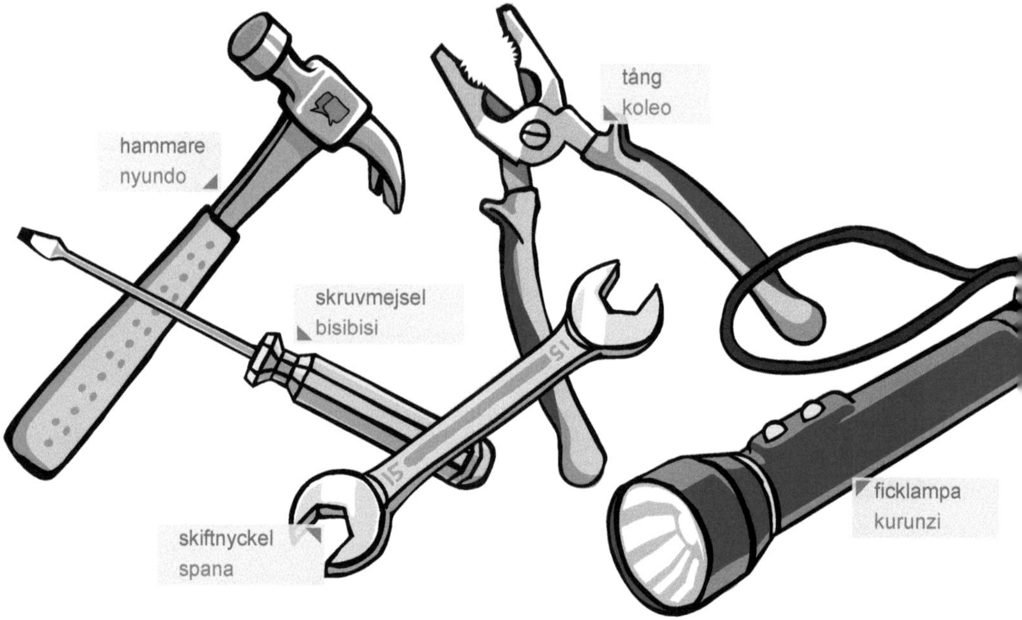
hammare
nyundo
tång
koleo
skruvmejsel
bisibisi
skiftnyckel
spana
ficklampa
kurunzi

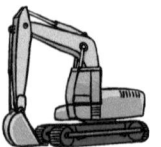

grävmaskin

mchimbaji

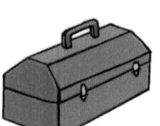

verktygslåda

sanduku la vifaa

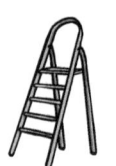

stege

ngazi

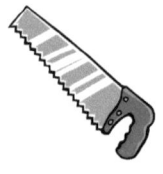

såg

msumeno

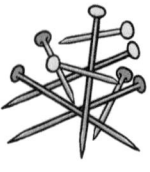

spik

misumari

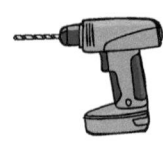

borr

kuchimba visima

reparera
kukarabati

spade
sepetu

Helvete!
Lo!

sopskyffel
kishikio cha uchafu

färgburk
chungu cha rangi

skruvar
skurubu

musikinstrument
ala za muziki

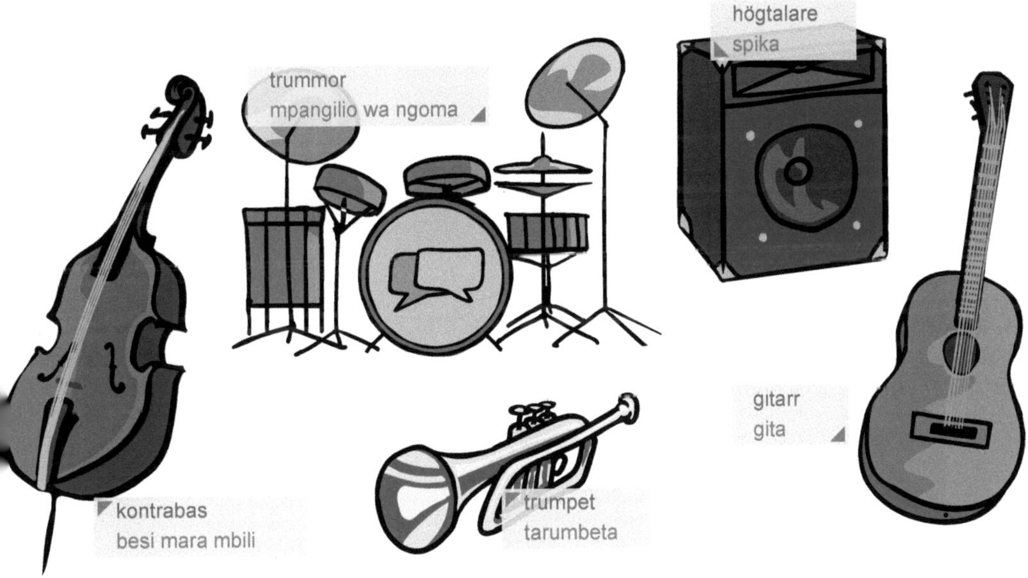

trummor
mpangilio wa ngoma

högtalare
spika

kontrabas
besi mara mbili

trumpet
tarumbeta

gitarr
gita

piano
piano

violin
fidla

bas
ubeji

timpani
timpani

trumma
ngoma

keyboard
kibodi

saxofon
saksafoni

flöjt
filimbi

mikrofon
maikrofoni

bustani ya wanyama

ingång
lango la kuingia

tiger
simbamarara

bur
ngome

zebra
pundamilia

djurfoder
chakula cha mifugo

panda
panda

djur

wanyama

elefant

tembo

känguru

kangaruu

noshörning

kifaru

gorilla

sokwe

björn

dubu

kamel

ngamia

struts

mbuni

lejon

simba

apa

tumbili

flamingo

heroe

papegoja

kasuku

isbjörn

dubu

pingvin

penguini

haj

papa

påfågel

tausi

orm

nyoka

krokodil

mamba

djurskötare

mtunza wanyama

säl

muhuri

jaguar

jaguar

zoo - bustani ya wanyama

ponny

mwanafarasi

leopard

chui

flodhäst

kiboko

giraff

twiga

örn

tai

vildsvin

nguruwe mwitu

fisk

samaki

sköldpadda

kobe

valross

sili

räv

mbweha

gazell

paa

sport
michezo

amerikansk fotboll
soka ya marekani

cykling
uendeshaji baiskeli

tennis
tenisi

basket
mpira wa kikapu

simning
kuogelea

boxning
ndondi

ishockey
magongo ya barafuni

fotboll
soka

badminton
vinyoya

friidrott
riadha

handboll
mpira wa mikono

skidåkning
skii

polo
polo

skratta
cheka

hoppa
kuruka

krama
kumbatia

gå
kutembea

sjunga
kuimba

drömma
ota ndoto

be
kuomba

kyssa
busu

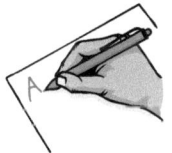

skriva
kuandika

rita
kuteka

visa
angalia

skjuta
sukuma

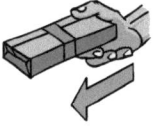

ge
kutoa

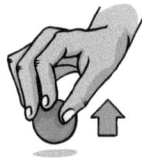

ta
kuchukua

hagel

kuwa

göra

fanya

vara

kuwa

stå

kusimama

springa

kukimbia

dra

vuta

kasta

kutupa

falla

kuanguka

ligga

hadaa

vänta

kusubiri

bära

kubeba

sitta

kukaa

klä på

vaa nguo

sova

usingizi

vakna

kuamka

se på

kuangalia

gråta

lia

smeka

kiharusi

kamma

chana nywele

prata

ongea

förstå

kuelewa

fråga

kuuliza

höra

kusikiliza

dricka

kunywa

äta

kula

städa

nadhifisha

älska

upendo

laga mat

mpishi

köra

gari

flyga

kuruka

segla

meli

räkna

kokotoa

läsa

kusoma

lära sig

kujifunza

arbeta

kazi

gifta sig

kuoa

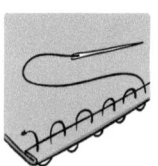

sy

kushona

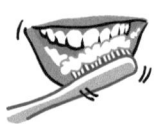

borsta tänderna

piga mswaki

döda

kuua

röka

moshi

skicka

kutuma

mormor/farmor
ibi

morfar/farfar
babu

pappa
baba

mamma
mama

baby
mtoto

dotter
binti

son
bin

gäst
mgeni

moster/faster
shangazi

farbror/morbror
mjomba

bror
kaka

syster
dada

kropp

mwili

panna
paji la uso
öga
jicho
skuldra
bega
finger
kidole
ansikte
uso
haka
kidevu
hand
mkono
ben
mguu
bröst
matiti
arm
mkono

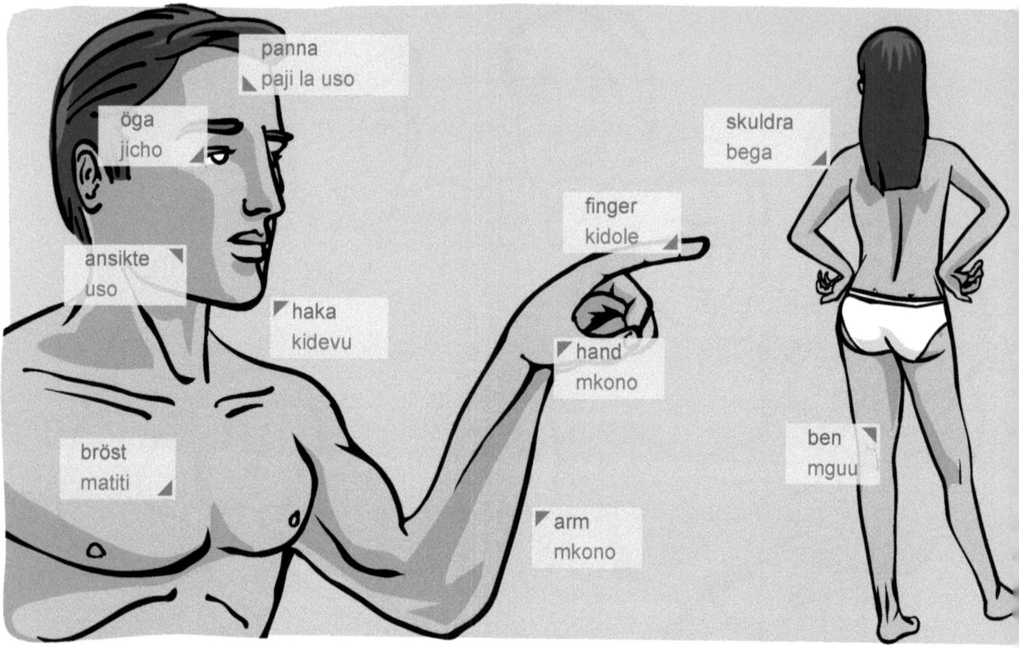

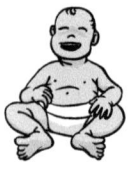

baby
mtoto

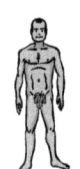

man
mwanamume

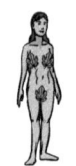

kvinna
mwanamke

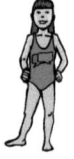

flicka
msichana

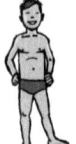

pojke
mvulana

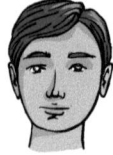

huvud
kichwa

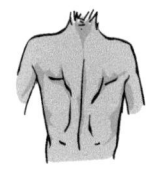

rygg
nyuma

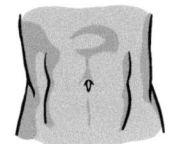

mage
tumbo

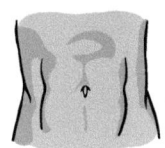

navel
kitovu

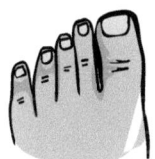

tå
chano

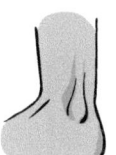

häl
kisigino

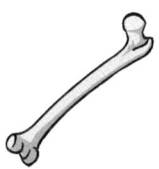

ben
mfupa

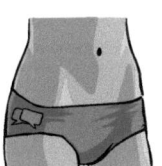

höft
nyonga

knä
goti

armbåge
kiwiko

näsa
pua

stjärt
chini

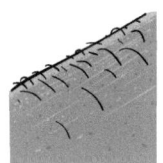

hud
ngozi

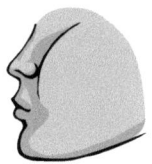

kind
shavu

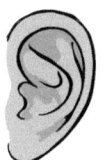

öra
sikio

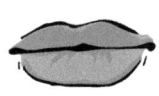

läpp
mdomo

mun

kinywa

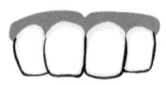

tand

jino

tunga

ulimi

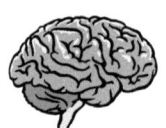

hjärna

ubongo

hjärta

moyo

muskel

misuli

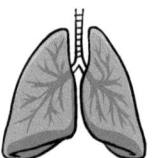

lunga

pafu

lever

ini

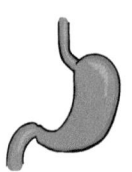

magsäck

tumbo

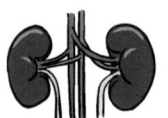

njurar

figo

sex

jinsia

kondom

kondomu

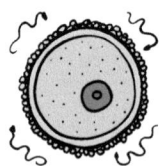

äggcell

ovari

sperma

shahawa

graviditet

mimba

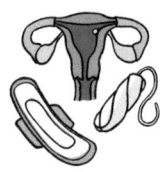

menstruation

hedhi

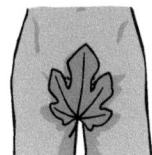

vagina

uke

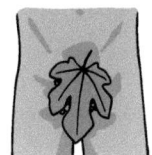

penis

uume

ögonbryn

unyusi

hår

nywele

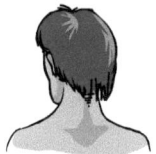

nacke

shingo

sjukhus
hospitali

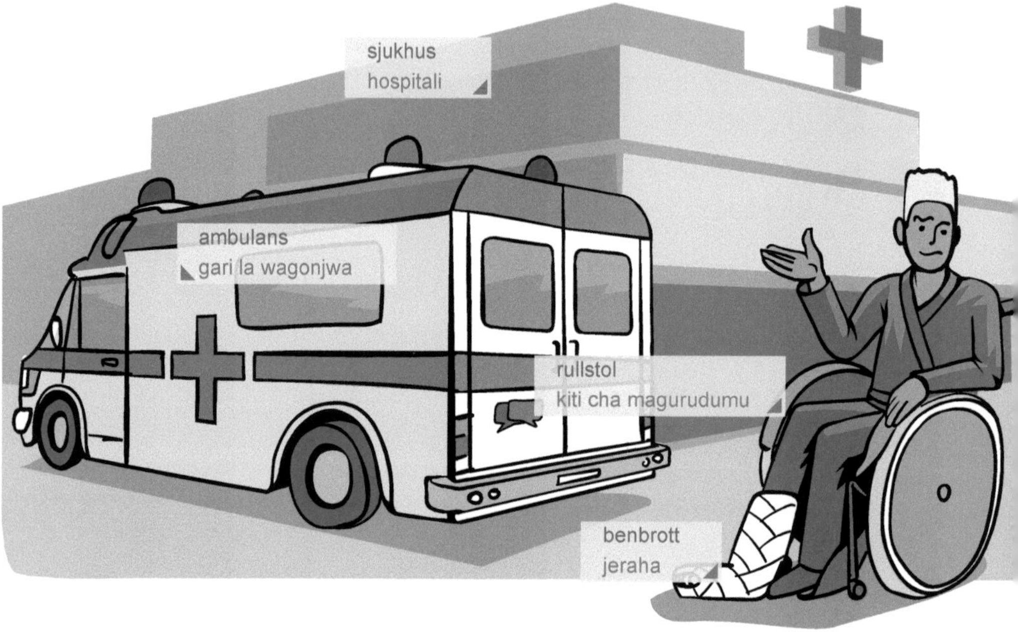

sjukhus
hospitali
ambulans
gari la wagonjwa
rullstol
kiti cha magurudumu
benbrott
jeraha

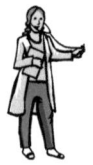

läkare
daktari

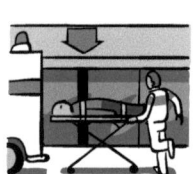

akutmottagning
chumba cha dharura

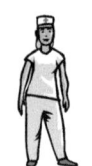

sjuksköterska
muuguzi

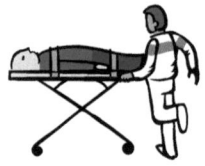

nödsituation
dharura

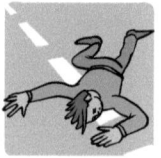

medvetslös
kupoteza fahamu

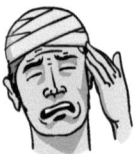

smärta
maumivu

skada

kuumia

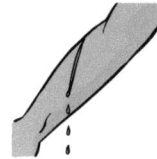

blödning

kutokwa na damu

hjärtattack

mshtuko wa moyo

slaganfall

kiharusi

allergi

mzio

hosta

kikohozi

feber

homa

influensa

mafua

diarré

kuharisha

huvudvärk

maumivu ya kichwa

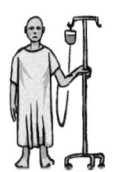

cancer

kansa

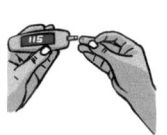

diabetes

ugonjwa wa kisukari

kirurg

daktari mpasuaji

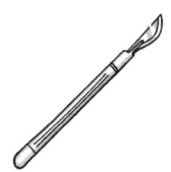

skalpell

kisu kidogo cha kupasulia

operation

operesheni

CT

picha changanufu ya mwili

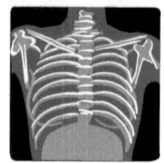

röntgen

Eksrei

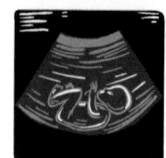

ultraljud

mawimbi sauti

ansiktsmask

barakoa ya uso

sjukdom

ugonjwa

väntsal

chumba cha kusubiri

krycka

mkongojo

plåster

plasta

bandage

bendeji

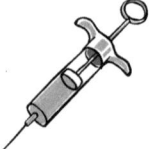

injektion

sindano

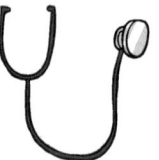

stetoskop

stetoskopu

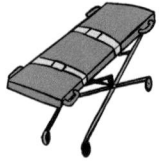

bår

machela

termometer

kipimajoto cha kliniki

födsel

kuzaliwa

övervikt

unene kupita kiasi

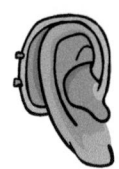

hörapparat

kusikia misaada

desinfektionsmedel

kipukusi

infektion

maambukizi

virus

virusi

HIV / AIDS

VVU / UKIMWI

medicin

dawa

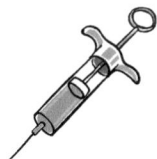

vaccination

chanjo

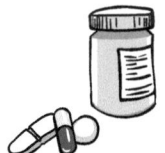

tabletter

vidonge

p-piller

kidonge

nödsamtal

simu ya dharura

blodtrycksmätare

haemodainamometa

sjuk / frisk

mgonjwa / mwenye afya

Hjälp!	alarm	överfall
Msaada!	kengele	pigo
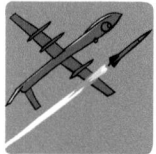		
misshandel	fara	nödutgång
shambulizi	hatari	lango la dharura

Det brinner!	brandsläckare	olycka
Moto!	kizima moto	ajali
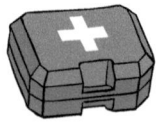		
förbandslåda	SOS	polis
vifaa vya huduma ya kwanza	wito wa msaada	polisi

Europa

Ulaya

Nordamerika

Amerika ya Kaskazini

Sydamerika

Amerika ya Kusini

Afrika

Afrika

Asien

Asia

Australien

Australia

Atlanten

Atlantiki

Stilla Havet

Pasifiki

Indiska Oceanen

Bahari ya Hindi

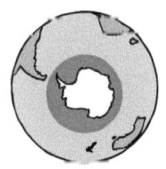

Antarktiska Oceanen

Bahari ya Antaktiki

Arktiska Oceanen

Bahari ya Aktiki

Nordpol

Ncha ya Kaskazini

Sydpol
Ncha ya Kusini

Antarktis
Antaktika

Jorden
dunia

land
nchi

hav
bahari

ö
kisiwa

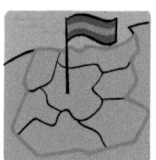

nation
taifa

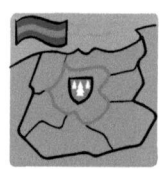

stat
jimbo

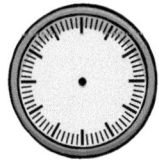

urtavla

uso wa saa

timvisare

akrabu ya saa

minutvisare

akrabu ya dakika

sekundvisare

akrabu ya sekunde

Vad är klockan?

Ni saa ngapi?

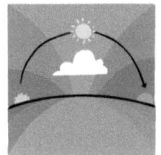

dag

siku

tid

wakati

nu

sasa

digital klocka

saa ya dijitali

minut

dakika

timme

saa

vecka
wiki

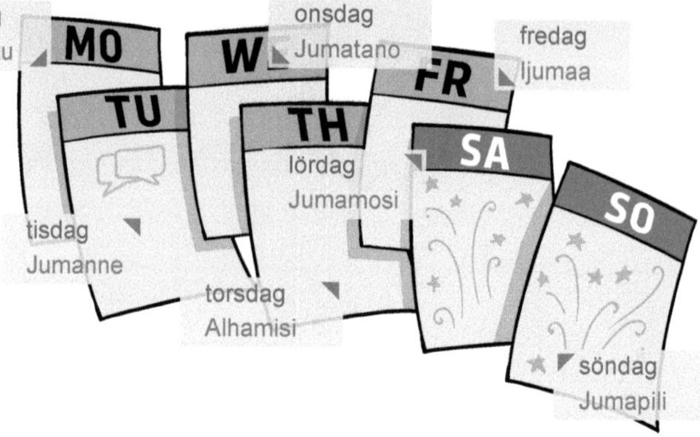

måndag
Jumatatu

MO

W onsdag
Jumatano

fredag
Ijumaa

FR

TU

TH

SA

lördag
Jumamosi

SO

tisdag
Jumanne

torsdag
Alhamisi

söndag
Jumapili

TUE **MON**

igår
jana

TUE

idag
leo

TUE

imorgon
kesho

morgon
asubuhi

middag
saa sita mchana

kväll
jioni

MO	TU	WE	TH	FR	SA	SU
1	2	3	4	5	6	7
8	9	10	11	12	13	14
15	16	17	18	19	20	21
22	23	24	25	26	27	28
29	30	31	1	2	3	4

vardagar
siku za biashara

MO	TU	WE	TH	FR	SA	SU
1	2	3	4	5	6	7
8	9	10	11	12	13	14
15	16	17	18	19	20	21
22	23	24	25	26	27	28
29	30	31	1	2	3	4

helg
mwishoni mwa wiki

år

mwaka

regnbåge
upinde wa mvua
regn
mvua
vind
upepo
snö
theluji
vår
majira ya machipuko
höst
vuli
sommar
kiangazi
vinter
majira ya baridi

4.APRIL 11°
5.APRIL 4°
6.APRIL 13°
7.APRIL 8°
8.APRIL 10°

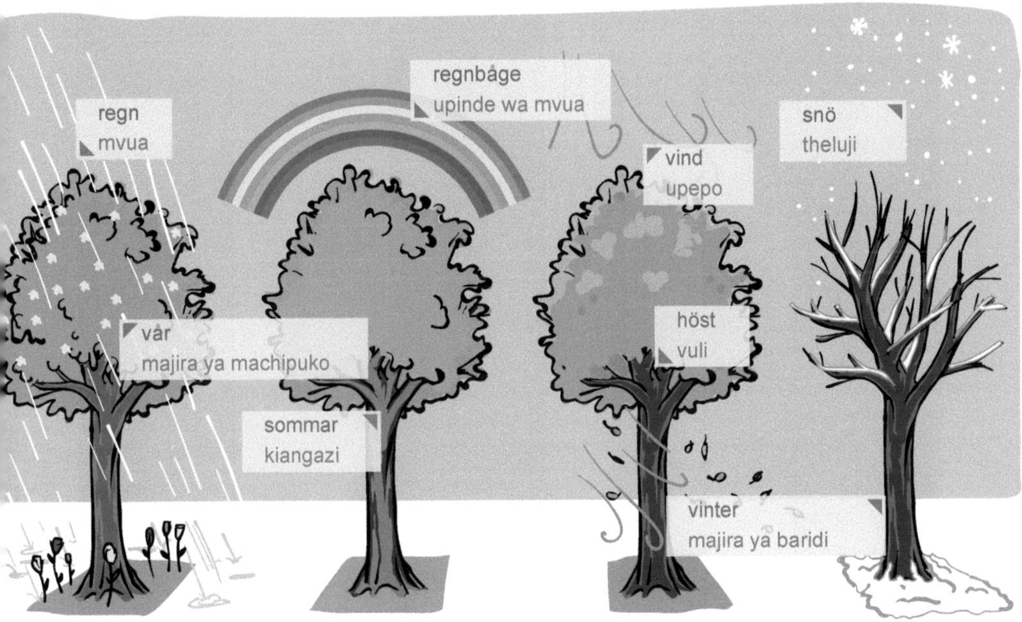

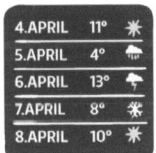

väderprognos

utabiri wa hali ya hewa

F C
120 90 60 30 0 -30
40 30 20 10 0 -10 20

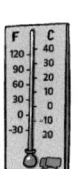

termometer

kipimajoto

solsken

mwanga wa jua

moln

wingu

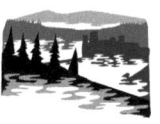

dimma

ukungu

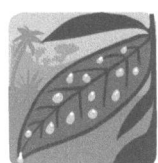

luftfuktighet

unyevu

blixt

umeme

åska

radi

storm

dhoruba

hagel

mvua ya mawe

monsun

monsuni

översvämning

mafuriko

is

barafu

januari

Januari

februari

Februari

mars

Machi

april

Aprili

maj

Mei

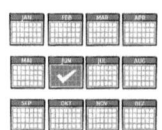

juni

Juni

juli

Julai

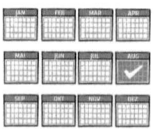

augusti

Agosti

år - mwaka

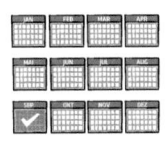

september
Septemba

oktober
Oktoba

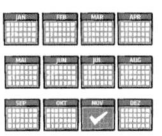

november
Novemba

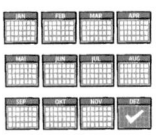

december
Desemba

former
maumbo

cirkel
mduara

kvadrat
mraba

rektangel
mstatili

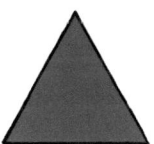

triangel
pembetatu

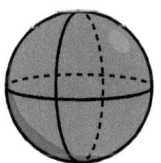

sfär
nyanja

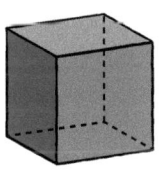

kub
mchemraba

vit

nyeupe

gul

manjano

orange

chungwa

rosa

rangi ya waridi

röd

nyekundu

lila

hudhurungi

blå

bluu

grön

kijani

brun

hanja

grå

jivujivu

svart

nyeusi

mycket / lite

mengi / kidogo

arg / lugn

hasira / pole

vacker / ful

nzuri / mbaya

början / slut

mwanzo / mwisho

stor / liten

kubwa / ndogo

ljus / mörk

angavu / giza

bror / syster

kaka / dada

ren / smutsig

safi / chafu

komplett / ofullständig

kamilika / tokamilika

dag / natt

siku / usiku

död / levande

wafu / hai

bred / smal

pana / nyembamba

ätlig / oätlig

kulika / kutolika

ond / god

ovu / ema

upphetsad / uttråkad

sisimkwa / udhika

tjock / smal

nene / nyembamba

först / sist

kwanza / mwisho

vän / fiende

rafiki / adui

full / tom

jaa / tupu

hård / mjuk

ngumu / laini

tung / lätt

nzito / nyepesi

hunger / törst

njaa / kiu

sjuk / frisk

mgonjwa / mwenye afya

olaglig / laglig

haramu / kisheria

intelligent / dum

akili / kijinga

vänster / höger

kushoto / kulia

nära / långt bort

karibu / mbali

ny / begagnad

mpya / kutumika

inget / något

kitu / jambo

gammal / ung

zee / changa

på / av

waka / zima

öppen / stängd

wazi / fungwa

tyst / högljudd

utulivu / kelele

rik / fattig

tajiri / masikini

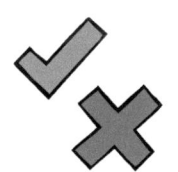

rätt / fel

sahihi / kosa

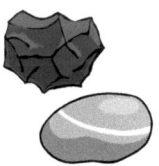

grov / slät

mbaya / laini

ledsen / glad

huzunika / furahia

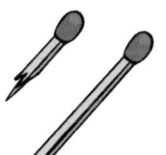

kort / lång

fupi /ndefu

långsam / snabb

polepole / haraka

våt / torr

nyevu / kavu

varm / sval

joto / baridi

krig / fred

vita / amani

0	**1**	**2**
noll	ett	två
sufuri	moja	mbili

3	**4**	**5**
tre	fyra	fem
tatu	nne	tano

6	**7**	**8**
sex	sju	åtta
sita	saba	nane

9	**10**	**11**
nio	tio	elva
tisa	kumi	kumi na moja

12

tolv

kumi na mbili

13

tretton

kumi na tatu

14

fjorton

kumi na nne

15

femton

kumi na tano

16

sexton

kumi na sita

17

sjutton

kumi na saba

18

arton

kumi na nane

19

nitton

kumi na tisa

20

tjugo

ishirini

100

hundra

mia

1.000

tusen

elfu

1.000.000

miljon

milioni

engelska

Kiingereza

amerikansk engelska

Kiingereza cha Marekani

kinesisk mandarin

Kimandarini cha Uchina

hindi

Kihindi

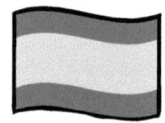

spanska

Kihispania

franska

Kifaransa

arabiska

Kiarabu

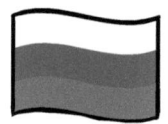

ryska

Kirusi

portugisiska

Kireno

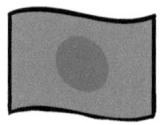

bengali

Kibengali

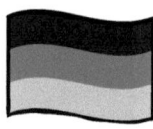

tyska

Kijerumani

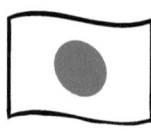

japanska

Kijapani

jag

mimi

du

wewe

han / hon / den (det)

yeye / yeye / ni

vi

sisi

ni

wewe

de

wao

vem?

nani?

vad?

nini?

hur?

jinsi gani?

var?

wapi?

när?

lini?

namn

jina

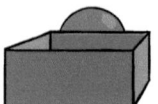

bakom

nyuma

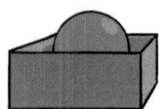

i

katika

framför

mbele ya

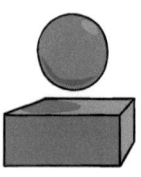

över

juu ya

på

kwenye

under

chini ya

bredvid

kando

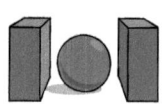

mellan

kati

plats

mahali